દીપની અટારી એ થી

Published By

www.poetryworld.org

Deep ni Atari e thi

Written by Dipika Makwana

Published by: Poetry World Org

Publisher's Address: Haryana

Printed under PWO in India

Cover Image Source: Pinterest

Edition: I (2023)

ISBN (Paperback): 9788194495963

Book Design by Poetry World

POETRY WORLD ORG 2023

દીપની અટારી એ થી

દિપીકા મકવાણા

લેખક વિશે

એક શિક્ષક છે કે જેઓ સાહિત્ય - કલા અને પ્રકૃતિ પ્રેમી છે. તેઓ માતૃભાષા ગુજરાતીમાં લખે છે. તેમને સહલેખીકા તરીકે લેખન કાર્ય કર્યું છે અને પોતાનું યોગદાન આપ્યું છે. તેઓએ લગ્નજીવન બાદ ૧૪ વર્ષે પોતાની કલમને ફરીથી હાથે ધરી છે. સહ લેખિકા તરીકે પાંચ પુસ્તકમાં પોતાનું યોગદાન આપ્યું છે. આ તેમનું પોતાનું પ્રથમ પુસ્તક છે. એક સ્ત્રી તરીકે સ્ત્રીની વેદના રજૂ કરતી રચના વધુ ગમે છે.

પુસ્તક વિશે

જ્યારે જેવા વિચાર અનુભવ્યા તેનું આલેખન થતું ગયું. આપોઆપ શબ્દ સ્ફૂર્તા ગયા ને કવિતાની રચના થતી ગઈ. એક સ્ત્રી તરીકે સ્ત્રીની વેદના રજૂ કરતી રચનાઓનું પ્રાધાન્ય વધારે છે એટલે આમ જોવા જઈએ તો સમગ્ર સ્ત્રી જાતિ માટે આ પોતાનું પુસ્તક છે. આ માત્ર મારું પ્રથમ પુસ્તક નહીં પણ વર્ષોથી જોયેલું સાકાર થતું મારું સપનું છે. આ પુસ્તકમાં વાંચવા મળશે તમને તમારા જ વિચારોનું વમળ સાહિત્યમાં મારું આ પ્રથમ પગલું છે.

INDEX

મારું ઘર

કોઈએ પૂછ્યું, 'મારું ઠેકાણું',

વિચાર કર્યા में એકાણું,

કયું ઘર મારું?

પિતાના ઘરે સૌની વ્હાલી,

કંકુ થાપા કરી બીજા ઘરે ચાલી,

વીસ વર્ષથી કહેતી,"મારું ઘર, મારું ઘર"

તે છોડી ચાલી.

કંકુ પગલા પાડ્યાને ઢોળ્યો ચોખાનો કળશ,

અરમાનને આશ લઇ સાસરે આવી

હું છોડી આળસ.

મારું ઘર કરી કરતી અવિરત કામ,

નવ દા'ડા પૂરા થતા થયા વહુના દામ,

થયો એક નાનો ઝઘડોને

"આ તારું ઘર નથી"નો પડ્યો પડઘો

ભગવાન પૂછું તને સવાલ એક,
"આટલું રાખું દિલ નેક
તોય ક્યાંય નથી મારું ઘર કેમ?"
હસીને બોલ્યા,"એ જ તો તારો વ્હેમ"

ઇંટ -રેતી તો મકાન બને બેજાન,
તારા વગર અધૂરાં ઘર તમામ એમ જાણ
મારી તું રચના કમાલ,
નાર તને સો સો સલામ.

બાપ -દીકરીનું સગપણ

બાપને આપી દેવું છે બધુંય,

ને દીકરીને લેવું નથી કશુંય,

કેવું અનેરું આ બાપ -દીકરીનું સગપણ.

બાપના કાળજાનો કટકો,

તોય બાપથી અળગો,

કેવું અનેરું આ બાપ -દીકરીનું સગપણ.

જેની આંગળી એ ચાલતા શીખે,

તે જ મૂકી દે મઝધારે પરાયે હાથ,

દુનિયાની આ કેવી રસમ,

દીકરી જ જાય સાસરે કેમ?

છપ્પનની છાતી વાળાને ય,

મૂકાવે એ પોક,

કેવું અનેરું બાપ- દીકરીનું સગપણ

નામ, અટક અને ગામ છૂટી જાય બધુંય,

તોય હસતાં મુખે આવે ના કરે હરખ શોખ,

બાપના વ્હાલે ભૂલે એ સઘળું ય,

કેવું અનેરું બાપ -દીકરીનું સગપણ.

ખિસ્સું હોય ખાલી તોય કદી ન કહે ના,

મારા પપ્પાની તો હું રાજકુમારી,

ભવોભવ મળજો મને આ જ પપ્પા,

સ્વાર્થના સગપણમાં આ સગપણ જ સાચું,

બાપ દીકરીનું કેવું અનેરું સગપણ.

અબોલ પ્રેમ

કદી ન કહે ખિસ્સું મારું ખાલી,

કરે રાત દિવસ એક ભરવા મારી ઝોળી,

પપ્પા તમારો કેવો અબોલ પ્રેમ,

સાસરિયે બહુ જ સાંભરે.

મમ્મી મારી થાતી કેટકેટલી બીમાર,

ઉભા થવાની ન હોય હોંશ તોય ઊઠે વહેલા,

પુરા કરે એ તો તમામ કોડ,

તાવ ભરેલા શરીરે કરું હું રસોઈ આજ,

મમ્મી તારો અબોલ પ્રેમ સાંભરે.

મારા વિના અધૂરો મારો ભઈલો,

વગર કહ્યે બધું જ એ સમજતો,

ન કરે કોઈ જ જીદ કે માંગ એટલે જ

પૂરી થતી મારી દરેક માંગ,

પળેપળ વીરા આવે તારી યાદ,

સાસરીયે સાંભરે મને વીરાનો અબોલ પ્રેમ.

મજબૂરી મને મોડે સુધી નથી દેતી સુવાને,

જવાબદારી જગાડે રોજ મને વહેલાં,

આજ અધૂરી ઊંઘે પિયરનો અબોલ પ્રેમ સાંભરે.

કેશગુંફન

બદલાઈ ગઈ પેઢી એમાં તો બદલાઈ ગઈ પેઢી,

એમાં તો બદલાઈ ગઈ સ્ત્રીને તેનું કેશગુંફન,

પહેલાના જમાનામાં સ્ત્રીના હતા લાંબા કેશ,

સાસરીના કડવા ઘૂંટને બાંધતી અંબોડલે કરી કેશગુંફન,

આજના જમાનામાં સ્ત્રીના થયા ટૂંકા કેશ,

સાસરીના કડવા ઘૂંટને રાખે છૂટ્ટા, છૂટા કરી કેશગુંફન.

પહેલાના જમાનામાં સ્ત્રીને તેના કેશ રહેતા બંધનમાં

આજના જમાનામાં છૂટા થયા સ્ત્રી અને તેના કેશ.

પહેલાના જમાનામાં બાંધીને કરાતું કેશગુંફન,

ને અત્યારે ચાલે ટ્રેન્ડ ખૂલ્લા કેશનો

પૂરું થયું કેશગુંફન ત્યાં જ સફેદ લટ પર

અટકી મારી નજર,

બધા માટે જીવવામાં વહી ગયું કયારે

મારું જીવન કવન.

જિંદગીભર ન કર્યું જતન તારું,

અવિરત કરતી રહી કામ મારું,

કરવા છે હવે નીત નવા કેશગુંફન,

બહુ વિચાર્યું બધાનું પણ ...

બસ, હવે બહુ થયું

ખૂલ્લા કરી કેશ કરું હું અનોખું કેશગુંફન,

સમાજના બંધનમાંથી થઈ જાઉં હું મુક્ત,

ને ખૂલ્લા મૂકું મારા વિચારને કેશ,

કેવું અનોખું આ કેશગુંફન!

બાળગીત

માધા કાકાના ખેતરમાં E-I-E-O,

ખેતરમાં વાવ્યો રવિ પાક E-I-E-O,

શિયાળામાં ઉગ્યા ઘઉં E-I-E-O,

ઘઉં ને જોઈએ ભરપૂર પાણીને કાળી જમીન

માધા કાકાના ખેતરમાં E-I-E-O,

ખેતરમાં વાવ્યો જાયદ પાક E-I-E-O,

ઉનાળામાં ઉગી અડદ E-I-E-O,

અડદને જોઇએ માટીયાળ જમીન

માધા કાકાના ખેતરમાં E-I-E-O,

ખેતરમાં વાવ્યો ખરીફ પાક E-I-E-O,

ખેતરમાં ઉગી બાજરી E-I-E-O,

બાજરીને જોઇએ કાંપાળ જમીન

અપેક્ષા

મનને મનાવું કેટલું હું હવે?
અટકશે ક્યારે આ અપેક્ષાઓ હવે?

રોજ જ કેટલી મારુ હું અપેક્ષાઓ,
કોઈ કહી દો અપેક્ષાઓને ઊગે નહીં
આમ રોજ રોજ

પ્રેમની પરીક્ષાઓ લેવી કેટલી હવે?
કે નાપાસ થનારા થઈ ગયા,
નહીં થાય કોઈ પાસ હવે.

આટલી પીડાદાયક હોય છે
પ્રેમની અપેક્ષાઓ સમજાય છે હવે,
કોઈની આંખોનું આભ નથી બનવું મારે હવે.

પ્રેમની પરીક્ષામાં કેમ નહીં થવાતું હોય પાસ,

કે પ્રેમની પરીક્ષામાં આમ જ થવાનું હેરાન

દિવસને રાત.

રોજ રોજ કેટલું દીલને બેહલાવવું હવે?

કે આ તો રોજ રોજ દુ:ખે છે દિલ જાઉં ક્યાં હવે?

ક્યાંથી લાવવો એ મલમ હવે,

કે થઈ જાય દિલ જ બેજાન હવે.

ના કરે કોઈ માંગણી કે લાગણી હવે,

કે દિલ ભાંગ્યું છે પડી હવે.

અટવાણી

વન વચ્ચોવચ ખેતરો ઊભા, ગામ વચ્ચોવચ મેડી,

મારા મનમાં એમ થાતું કે ખીણ આખી લઉં તેડી

જ્યાં જુઓ ત્યાં લીલુંછમ

હું વનરાજીઓમાં અટવાણી,

જેસર જંકશનમાં હું ક્યાં ફસાણી?

સઘળું છે પાસે છતાં એ શું ખૂટે છે,

મનને મનાવ્યા કરું તોય ક્યાં એ માને?

પપ્પાની પરી બનીને ઉડતી'તી ક્યારેક,

આ વનરાજીમાં પતંગિયા ગુંજે છે એવું કાનમાં

લાડની પેટીને લાગ્યો આ કેવો કાટ,

કે શાંત પડી છે મારી હિંડોળા ખાટ

કરું હું કેટકેટલું યાદ, મમ્મીની મમતાને પપ્પાનો પ્રેમ,

એ બચપણની કેટકેટલી વાતું.

ક્યાં જાવ કોને કહું મને ઘર કેટલું સાંભરે,

જવાબદારીના બોજામાં હું એવી અટવાણી

પળેપળ મને સાંભરે એ બાળપણ,

ન કોઇ જવાબદારી ન કોઇ કામ.

આજ કરું હું કેટકેટલા કામ તોય આવે નહીં પાર,

પપ્પા હું આટલી જલ્દી મોટી થઇ ગઇ કેમ?

મને લઇ જાવ ને તમારી દુનિયામાં

આ દુનિયા લાગે છે મને બહુ અજાણી

તમારી લા...

સમજાતું નથી કંઈ

અપેક્ષાઓની આડશ છે કે અવઢવ,

હવે સમજાતું નથી કંઈ,

શું એવું ન બને હું માંગુ ટીપું ને તું દરિયો આપે

વાસ્તવિકતાનાં વેરાન રણમાં એવી તે અટવાણી,

કે જાઉં કઈ બાજુ હવે સમજાતું નથી કંઈ

રોજ રોજ આપવી પડે છે પ્રેમની પરીક્ષા,

હવે કેટલા લેવલ કરવાના છે પાર

સમજાતું નથી કંઈ.

સવાર પડેને ઢળે છે રોજ જ સાંજ,

પણ ક્યારે ઉગશે વિશ્વાસનો સૂરજ હવે

સમજાતું નથી કંઈ.

થાય એમ કે બધું જ છોડીને જતું રહેવું ક્યાંક દૂર,

જ્યાં હોય બસ નીરવ એકાંતને બસ હું ને મારી આઝાદી

દૂર થઇ જાઉં હું ખુદથી એટલી થાકી ગઇ હવે,

એ જિંદગી હવે તું જ દેખાડ કોઇ માર્ગ

સમજાતું નથી કંઇ

પપ્પાની પરી તો મૈયરમાં માનીતી સૌ કોઇની,

શું લગ્ન પછી નથી રહી કંઇ ખૂબી હવે?

સમજાતું નથી કંઇ

લાગણીઓના દરિયામાં મારી બગડી છે નાવ મઝધારમાં,

કોણ હંકારશે આગળ આ નાવ હવે?

સમજાતું નથી કંઇ

શું મઝધાર માં ડૂબી જ...

શબ્દ પિરામિડ

આ

લંકા

અસત્ય

અભિમાન

બધુંય આજે

ગયું છે ઓગળી

રામે રાવણ રોળ્યો

રાવણના રમ્યા રામ

ના

કર

તું અહં

અહીં રે 'શે

તા સઘળું

જોઈ લે પોતે તું

રાવણનું દહન

વિજયાદશમી પર્વ

એ જ તો આપણા દશેરા

કોણ કરે દીપક?

સંબંધોમાં આવી આ તે કેવી ઓટ,

જેના વિના ચાલતું નહીં પળ ય,

તે જ રાજી નથી કરવા વાત,

સંબંધોમાં આવ્યું આ કેવું અંધકાર,

કોણ કરે દીપક?

હું સ્વમાની, તું કટકો વટ નો,

સંબંધમાં કોણ મૂકે પલ્લુ ઢીલું,

હવે કોણ કરે દીપક?

સ્ત્રી છું તો શું થયું?

તું કમાય, હું પણ કમાઉ

ને સંભાળું આખું ય ઘર અને બાળક,

વિના તારી કોઈ જ સહાય,

કરું ને કોઈ જ ફરિયાદ,

પણ ...

સ્ત્રી છુ તો શું થયું?

હું જ શા માટે ઝૂકું?

હવે કોણ કરે દીપક?

નહીં આવે મારા માવતર

હવે કે સાસરીયા કોઈ જ,

વાત આપણા બે ની,

તો કોણ કરે દિપક?

રેતી ની જેમ સરકતો ચાલ્યો સમય

પિતાની કહ્યાગરી પુત્રી બની,

બની હું પતિવ્રતા પત્ની

પૂરી કરી દરેક ફરજ વિના કોઈ સ્વાર્થ

આજ થયો એહસાસ

રહ્યો થોડો જ સમય હજુ તો

અધૂરાં મારા તમામ અરમાન,

રેતી ની જેમ સરકતો ચાલ્યો સમય

જવાબદારીની આ કેવી જંજાળ,

બધા માટે છે સમય પણ...

પોતાનું આવે ત્યારે ક્યાં છે સમય

રેતીની જેમ સરકતો ચાલ્યો સમય.

તારીખ બદલાઇ, બદલાયા વર્ષ અનેક

ન બદલાઇ એક નારીની જીવન ગાથા

રેતીની જેમ સરકતો ચાલ્યો સમય.

ઉકળાટ

એક દિવસ આવી રજા ત્યાં થયો ઉકળાટ

હું તો રહું આખો દિવસ ઘરમાં,

કહ્યું ક્યારેય થાય ઉકળાટ?

બે દિવસ જાઉં કોઈનાં ઘરે તો ય ના ફાવે,

મેં તો છોડ્યું મારું ઘરને ઘરનાં લોકો,

કહ્યું ક્યારેય મને ન ફાવે?

માસિકની પીડામાં કમર પકડી કરું હું કામ,

તમને જરા દુ:ખે માથું તો ય આરામ

તમને તો ખાલી ઓફ્ફિસના જ કામનો થાક,

મારે તો ઘર,બાળકને નોકરી તો મને ન લાગે થાક?

કોરોનામાં ઘરની બહાર જાવ ત્યારે જ

ઢાંક્યું મોઢું, તો ય મન મુંઝાય?

મારે તો ભારેખમ કપડાંમાં ય કાઢવાની લાજ,

કહ્યું ક્યારેય મન મુંઝાય?

હું કરું તે ખોટા ખર્ચા ને

તમે ઉડાડો તો તમારો પગાર!

ક્યાં ગયો મારો આખો પગાર કહ્યું કયારેય?

સવારની ચા થી સાચવું રાતની પથારી એકલ હાથ,

લીધો બે ઘડી ફૉન ત્યાં તરત માર્યો ટોન્ટ,

કરે શું આખો દિવસ?

એકવાર તો નારીનો ઉકળાટ જાણો,

લગ્ન વખતનો ગયો ક્યાં ચળકાટ જાણો.

વંટોળિયો

નારી નામનો આવ્યો વંટોળિયો,

દૂર લઈ ગયો જવાબદારીનો ફુંગોળિયો

દીકરી બની પિતાની, બની મા, બની તુલસી ક્યારો

મહેકાવી ગઈ આંગણને કહી ગઈ નથી સાપનો હું ભારો.

બેની બની ભાઈ માટે છોડ્યા કોડ

ને અતૂટ લાગણીનો વાવી ગઈ છોડ

પત્ની બની પતિ માટે બની સહારો, તૂટેલા બટનથી છૂટેલા

આત્મવિશ્વાસ અપાવતો કિનારો

પુત્રવધુ બની સાસુ- સસરાનો પુત્ર સવાયો,

નાની મોટી દરેક જરૂરિયાત માટે તેમનો જ શબ્દ છવાયો

મા બની મિટાવી દીધું અસ્તિત્વ પોતાનું,

તેની મમતાથી કોણ રહ્યું છે છાનું

સાસુ બની નોકરિયાત વહુ માટે કરે એ સગવડ

ભૂલી એ દીકરાને વહુમાં પોતાની તમામ અગવડ

દરેક સંબંધમાં પૂરી દીધી જેણે જાન, એ વંટોળિયો પોતાની

જાતથી જ રહી ગયો અજાણ...

બીજું તો શું થઇ શકે?

બાપને વ્હાલી આબરુ

છોડ્યો મેં તો પ્રેમીનો સંગાથ

દીકરી છું ને બીજું તો શું થઇ શકે?

ભાઇના ભણતર માટે

મેં તો છોડ્યું જિંદગી આખીનું ચણતર

બેન છું ને, બીજું તો શું થઇ શકે?

પુરુષની ખરાબ નજર માટે

મેં તો છોડ્યા મોડર્ન પરિધાન

નારી છું ને, બીજું તો શું થઇ શકે?

મોંઘવારીની માર ને બાંધ્યો પગાર

માર્યા મેં મારા મોજ શોખને સપના

પત્ની છું ને બીજું તો શું થઇ શકે?

દીકરાને ભાવે પીઝા અને બર્ગર
છોડ્યા મેં મારા સ્વાદ
મા છું ને બીજું તો શું થઇ શકે?

વહુ ને પોતાની નોકરીને સગવડ
ભૂલી હું તો મારી તમામ અગવડ
સાસુ છું ને બીજું તો શું થઇ શકે?

કલ્પના

મા માંગે દીકરોને પપ્પા માંગે વંશ

ને આગમને આવી હું અંશ

જોઈ મને મા સારે આંસુ

પપ્પા તો જોઈ ગયા છે ત્રાંસુ

આમને આમ થવા લાગી મોટી

પણ બંધ છે મારી લાડની પેટી

કોઈ વાતે નહીં રોકટોક

પણ દીકરો નથી હું એટલી જ મારી ખોટ

કલ્પનામાં પપ્પાનો દીકરો બનતી

ને માનો માનીતો બનતી

પણ ખુલી જ્યારે આંખ

ત્યારે કપાય મારી પાંખ

પપ્પાનું બનવું છે મારે પારસ

ને માનું બનવું છે મારે વારસ

શું એવું ન થાય કશુંય

દીકરા-દીકરીનો ભેદ ભૂંસાય

મમ્મી કરે વહાલ, પપ્પા લડાવે લાડ

એવી જ કલ્પનામાં માનું તારો પાડ

રાધા

રૂપાળી રાધા ને ગમે કાળો કાન

વાંસળી વગાડે શ્યામને ભૂલે એ તો ભાન

ખીજવવા રાધાને ગોપાલ કરે છે છમકલું

કરે છે એ તો ગોપીકાને અડપલું

જોઈ રાધા કરે છે રીસ

ગોવિંદ પાડે છે ચીસ

પણ રાધા એ મૂકી છે

મોહન કહે કેમ પ્રેમમાં આવી ખોટ

બંસરીના સાંભળી મધુરા સૂર

થઈ રાધાની રીસ દૂર.

આડું નસીબ

કલમ મારી થાતી ગઈ ધારદાર,

ને સંબંધો તેમ તેમ થતા ગયા બુઠ્ઠા

સફળતા મળી તો લોકોએ કહ્યું,

"નસીબ આડેથી પાંદડું ખસ્યું"

સમય જતા સમજાયું,

આ તો નસીબ આડું થયું

સફળતા એ અપાવી પ્રસિદ્ધિને પૈસા,

પણ સંબોધોની ગાડી પડી છે અટકી

સ્ત્રીની સફળતાથી ઘવાયો એનો અહમ,

પહોંચી ન શક્યો મને તો થયો એને વહેમ

શંકાનો કીડો કેવો સળવળિયો,

મા થી એક દીકરો થયો અળગો

નથી જોઈતી મારે સફળતા કે સિદ્ધિ,

મારે તો જોઈએ બસ મારા દીકરાની હસ્તી

સ્ત્રી થઈ આપુ કોને હું દોષ?

પાંગળું પ્રારંબ્ધ કે પોતીકા નામે કોષ...

સેદોકા

ભારત ભાવિ

સળગી રહ્યું હવે

કોણ ઓલવશે આગ?

અંતર મન

પોકારે છે શિક્ષક

હવે ઓલવો આગ

રૂઢિના નામે

નારી અવદશા છે

કોણ એને સુધારે?

જ્ઞાન પ્રચાર

શિક્ષિત કરી કન્યા

સુધારે એ માસ્તર

દેશદાઝ છે

મરી પરવારી રે

કોણ ફૂંકશે પ્રાણ?

જલાવી જાત

ફૂંકે એ દેશદાઝ

એ જ ખરો શિક્ષક

લાગણી શૂન્ય

છે આજનો માનવી

કોણ લાવે માનવ?

પારકાને દે

પ્રેમ અપાર, સિંચે

માનવી એ માસ્તર.ઇ

નારી

આજની છું હું નારી,

કદી ના કયાંય હારનારી

કર્યા મે પાર તમામ ક્ષેત્રો,

તો ય મારા સજળ છે નેત્રો

ભાઇને છે બધી જ છૂટ

તું તો દીકરી છૂટની મૂક માથાકૂટ

સમાજ કેહશે શું વાત,

સમજી લે તું રીતભાત

પાંખો તો આપી દીધી,

પણ...

ઊડવું કેટલું એ પણ નક્કી કરી લીધું.

દીકરી ગમે, ગમે એને પત્ની, બેન ને મા
નથી બસ ગમતી સ્ત્રીની સ્વંત્રતા.

તારી સેવામાં થયા આંખે કુંડાળાં કાળા,
તો ય કહે કરે છે તું શું?
સવારની ચા થી રાતની પથારી સાચવું,
કરું ખડે પગે સેવા,
ઘર,નોકરી ને છોકરા સાચવું બધું
વિના કોઈ સ્વાર્થ

તો ય આજનો એક દિવસ માત્ર નારીનો
નારી વગર કરજો વિચાર
અધૂરી આખી ય દુનિયા અને સંસાર.

નાણું

કોઈના ઘેર ખાલી ચવાણું
તો કોઈ ઘેર બત્રીસ વાનગીનું ભાણું

નાનું કે મોટું કરવા ટાણું
ખિસ્સામાં જોઈએ નાણું

જેની પાસે નથી નાણું
ત્યાં જતું નથી કોઈ શાનું

પૈસાનું જ સૌ કોઈ જ ગાય છે ગાણું
પૈસા વગર બધુંય નકામું એટલું હું જાણું

પૈસા વગર કપડાને લાગે કાણું
પૈસા વગર જીવન કેમ માણું?

શોખ મારા અધુરા જાણું

પણ.

આ મોંઘવારીમાં બચાવું કેમ હું નાણું?

બાળગીત

આવ્યો રે આવ્યો

આવ્યો રે આવ્યો ઉનાળો આવ્યો
ઉનાળો શું શું લાવ્યો?

કાળઝાળ ગરમી લાવ્યો,
સાથે ટેટી તરબૂચ લાવ્યો
આવ્યો રે આવ્યો.

ધોમધખતો તડકો લાવ્યો,
સાથે કેરી દ્રાક્ષ લાવ્યો,
આવ્યો રે આવ્યો.

સુમસામ સડકો લાવ્યો,
સાથે કુલ્ફી આઇસ્ક્રીમ લાવ્યો,
આવ્યો રે આવ્યો...

ફોરમતો કેસુડો લાવ્યો,

સાથે હોળી ધૂળેટી લાવ્યો,

આવ્યો રે આવ્યો...

બાળકોનું વેકેશન લાવ્યો,

સાથે રોજ મજા લાવ્યો

આવ્યો રે આવ્યો...

સૂર્યપ્રકાશ

અંધકાર ગયુંને આવ્યો સૂર્યનો ઉજાસ,

નિર્મળ જળ પર પડ્યો કેવો સૂર્યપ્રકાશ!

સૂર્યનાં કિરણોની પડી છે ઝાંય,

દૂર -દૂર સંભળાય ઘંટનાદને રાય

એક બાજુ બોલાવે છે મંદિર,

બીજી બાજુ બોલાવે છે નિશાળ

વેહચાયું આખુંય ગામ,

કોઈ ગયું નિશાળ તો કોઈ ગયું કામ

રહી ગઈ ઘરે હું એકલીને ઢગલો કામ,

અડધી રાતની જાગીને કરું કામ

તોય ના વધ્યા મારા દામ

છોડ્યા મોજ શોખને અધૂરાં રહ્યા તમામ અરમાન,

તો ય સંભળાવે ફરમાન," કોણે કહ્યું હતું કર?"

જન્મ में આપ્યો પુત્રને નામ આપ્યું એનું,

ઘર સાચવું હું તો ય કેહવાય એનું

બધું જ એનું, તો મારુ શું?

હાલરડું

નિંદરડી રે આવ દોડી દોડી,

લઈને સપનાની હોડી,

મારા લાલાને જાવું છે ઉંઘી

હાલુલુ હાલા (૨)

રામ અને કૃષ્ણની કરું હું એને વાત,

વાત સુણીને એ તો મારે છે લાત પર લાત,

નીંદર વિનાના પૂરા થયા છે દિવસ સાત,

થાકી છે હવે તારી માવડી,

નીંદરડી રે આવ દોડી દોડી...

ઉલટી કરીને થાકી આખો દિવસ,

રાતે પડી હું અડીને લાલ કરે દોડાદોડી,

થાકી છે હવે તારી માવડી,

નીંદરડી રે આવ દોડી દોડી ...

કેટલું કરું તને હું મારા વ્હાલ,

આમ પજવ ન મારા લાલ,

મારા હાલ થયા છે બેહાલ,

થાકી છે હવે તારી માવડી,

નીંદરડી રે આવ દોડી દોડી...

સેટીની સાથે બાંધીને કરતી એ કામ,

મા બન્યા પહેલા સમજાયા તારા દામ,

ખમ્મા મારી માવડી આપ મને ક્ષમા,

નીંદરડી રે આવ દોડી દોડી...

હાલરડું

નીંદરરાણી વહેલા રે આવો

રડે છે મારી દીકરીને રડે છે એનો લાલ,

કોને કરું હું શાંત?

નીંદર રાણી વહેલા રે આવો,

રડી રડીને થાકી છે હવે આંખ

ઉડતી મારી દીકરીની તમે કેમ કાપી પાંખ?

લૂછો તમે આંસુડા દીકરા, હૈયે ધરો તમે હામ,

નીંદર રાણી વહેલા રે આવો ,

રડી રડીને થાકી છે હવે આંખ

લીલી પીળી પહેરતી તે સફેદમાં વીંટળાઇ,

સૂની માંગને સૂના હાથ હવે ના જીરવાય,

નીંદર રાણી વહેલા રે આવો,

રડી રડીને થાકી છે હવે આંખ

સાજને શણગાર ગયો, ગયો ઘડપણનો સાથ,

રાંધેલા ધાન રઝળે, પેટના ગર્ભનું જરા તો વિચાર,

નીંદર રાણી વહેલા રે આવો,

રડી રડીને થાકી છે હવે આંખ

દુઃખના દા'ડા વીતી રે જશે, કાલ મોટો થાશે રે લાલ,

દીકરાની કોણ લેશે સંભાળ, એના હાલ થયા બેહાલ

નીંદર રાણી વહેલા રે આવો,

રડી રડીને થાકી છે હવે આંખ

હસતી રમતી ઢીંગલી મારી થઈ છે જીવતી લાશ,

પ્રભુને ગમ્યું તે જ સાચું સ્વીકાર મારા લાલ,

નીંદર રાણી વહેલા રે આવો,

રડી રડીને થાકી છે હવે આંખ...

મૂશળધાર વ્હાલ

મા વગરની અભાગીને પરણાવી દીધી વેહલી,

શોધું હું તો હેતની હેલી,

કોણ વરસાવે મુશળધાર વ્હાલ?

મા તો નથી જોઈ સાસુમાં શોધું માની મૂર્તિ,

મારાથી સાસુની દીકરીની ન થઈ પૂર્તિ,

રોજ મારે છે એ મેણા,

કોણ વરસાવે મુશળધાર વ્હાલ?

પરણ્યા પાસે ઝંખતી હું વ્હાલનો વરસાદ,

પણ આપે છે એ તો રોજ મારનો પ્રસાદ,

કોણ વરસાવે મુશળધાર વ્હાલ?

ચોમાસે વરસાદ અનરાધાર,

પણ હૈયું મારું કોરધાકોર,

ઝંખું હું તો વ્હાલનો વરસાદ,

પણ કોણ વરસાવે મુશળધાર વ્હાલ?

અતિરેક કેટલો?

ન મૂકીએ અજાણ્યા ઘેર જણસ, લગ્નને નામે મૂક્યો આખો

માણસ, બાપની મજબૂરીનો અતિરેક કેટલો કાળજાનો કટકો

સોંપ્યો અજાણે ઘેર અજાણે હાથ.

રાજા જનકે જોયા રામજીના રાજપાટ,

ને સીતાજીનું કર્યું કન્યાદાન,

વાંકાનસીબનો અતિરેક કેટલો ભાગ આવ્યો વનવાસ

હસતી રમતી મારી ઢીંગલી છોડી સાસરીયા પાસ,

ઉંચા ખોરડે વળાવી લઈ કંઈક કેટલી આશ,

લેવાના લોભનો અતિરેક કેટલો મારી ઢીંગલી બની જીવતી લાશ

બીજાના રડતા બાળકને છાતીએ વળગાડી છાના રાખું,

ધન લોભનો અતિરેક કેટલો પોતાના રડતા બાળકને દૂર હું

રાખું.

દીકરી બની લીધો જન્મ,

બની હું પત્ની, મા ને સાસુ

ફરજનો અતિરેક કેટલો હક આવેને

જોવાય જાય છે ત્રાંસુ.

ડૂમો

આંગણે આવી પપ્પાની સુમો,

જોઇ ગળે ભરાયો ડૂમો

નેહ નીતરતી આંખે પપ્પા પૂછે,

દીકરા, ખુશ તો છે ને?

કેમ કહું પપ્પા, તમને દેખાતું સુખ છે

કેવળ ઝાંઝવાનું જળ

દુઃખનાં ઊગ્યા છે ઝાડ અને

આંસુમાં વીતે છે પળે પળ

જવાબદારીનો નથી કોઇ તરજૂમો

આવી છે એની લૂમો,

પપ્પા સાંભરેને ગળે ભરાયો ડૂમો

મહેમાનોનો ઢગલોને રાંધનાર કેવળ હું એક,

પિયરમાં હતી હું કેવો સૂબો,

મમ્મી સાંભરે ને ગળે ભરાયો ડૂમો.

એક લોહીના ટીપે કરતી કેટલી ધમાચકડી,

આજ પતિના મારે બરડામાં ઉઝરડાનો કુવો,

ભાઇલો સાંભરેને ગળે ભરાય ડૂમો

છૂટયા શોખને તૂટયાં છે સપના,

અહીં આંસુ કોણ લૂછે?

પળે પળ આંસુ છૂટે પણ કોણ હવે પૂછે?

દીકરીને આપે મેવાને મારે ભાગ ખાલી સેવા,

તો ય સંભળાવે વેણ આકરા,

મારગમાં ભર્યા છે કેટલા કાંકરા?

રડવું છે મારે પાડીને બૂમો પણ

ગળે ભરાયો છે કેવો ડૂમો...

આપ ક્ષમા

રાતે બે વાગે જાગીને માંગુ હું શીરો,

તો ય બનાવી આપે રાખે મગજ ધીરો,

ઢીંગલી મટી બની હું મા,

ત્યારે સમજાયું મારી મા ખમ્મા આપ ક્ષમા.

લઉં જે હઠ ને વેન,

તે પૂરા જ કરે ત્યારે એમને પડે ચેન

જેનાં રાજ મા પૂરાં થતાં શોખ ને કોડ,

આજ પોતાનો પગાર આવતાં જ ઘરખર્ચ

માં જાય ઊડી,

ત્યારે સમજાયું મારા પપ્પા ખમ્મા આપ ક્ષમા.

પોતાના પાંપણના પડછાયે કરી મોટી,

સેટી સાથે બાંધી કરે કામ તો ય ન લીધી સોટી

આજ પોતાના બાળકની જીદ ને જોઉં તોફાન

ત્યારે સમજાયું માવતર શું આપ ક્ષમા.

દુનિયાની ભીડ માં શોધું તમારો સંગાથ,

પણ દૂર દૂર નથી દેખાતો તમારો હાથ

એક આંસુ એ ઘર લેતી માથે,

આજ આંસુના ઢગલા સાથે

કરે એક જ પોકાર

આપ ક્ષમા...

માંગ્યો મેં હિસાબ

સવારની ચા થી સાચવું હું એની રાત

તો ય માંડે એ તો હિસાબની વાત

ઘરે બેઠા આખો દિવસ ફક્ત મોબાઇલ

કર્યું શું તે કામ કહી કરે એ સ્માઈલ

ઘર સાચવું, સાચવું હું એના બાળક,

કરું હું જ બધું તોય કહેવાય

એનું ઘર ને એનું બાળક

સવારથી રાત કરું અવિરત કામ

પણ હિસાબમાં મળ્યું કોઈ નામ?

તું મારી રાણી એવી એની વાતો મોટી પણ માંગે જ્યારે કામનો

હિસાબ ત્યારે લાગે સાવ ખોટી

સાંભરે મને પિયર ની પ્રીત કરે

સૌ બેહિસાબ હેત

સાસરે સાચવું હું બધુંય

ભૂલી હું સ્ત્રી તરીકેની જાત

તો ય માંડે એ તો હિસાબની વાત

લખવા બેઠી હું તો મારો હિસાબ

સપના માર્યા અને માર્યા મારા શોખ

ભૂલી મારી આશને અરમાન

તમારી સાચવતા સગવડ

ગણી ન કદી મારી में અગવડ

કદી ના આપ્યો પગાર,

ક્યારે કરી મને રાજી?

તને જે ભાવે આજ તે બનાવ,

ભૂલી મારા ભાવતા ભોજન

તમારામાં ખોવાયું મારું અસ્તિત્વ

માંગ્યો में કોઇ દિ' હિસાબ?

શોધું હું

માથે મુકે ખાલી હાથ તોય ટેન્શન થઈ જતું ખલ્લાસ,

બેઠો છે ને મારો બાપ બધુંય થઈ પડશે,

જેની આંગળી પકડી શીખી હું ચાલતા,

ભીડની ભાગોળમાં શોધું હું પપ્પા તમારો સ્પર્શ.

નાની મોટી કરતી જેને હું દરેક વાત,

ભણતરની સાથે આપ્યું જેણે ગણતર,

મમ્મી મારી કરતી પૂરી હર એક જીદ,

સાસુના મેણાંમાં શોધું હું મમ્મી તમારો સ્પર્શ.

હસતો હસાવતો મારો કાયમનો સાથી,

મારા માટે છોડી દેતો કોડ ને હોડ,

જે કદી ન જોઈ શકે મારી આંખોમાં આંસુ,

આજ આંખે આંસુડાની ધારમાં

શોધું હું ભયલુ તારો સ્પર્શ.

એ જ છે અમારા દેશની માટી

જયાં ભગવાન પણ લે છે જન્મ,

એવી પાવન અમારી દેશને માટી.

માતૃભૂમિ માટે મિટાવી દે અસ્તિત્વ,

એવા વીરોની છે અમારી દેશની માટી.

જયાં જન્મ્યા છે લાલ, બાલ ને પાલ,

શહીદ થયા છે આઝાદ, ભગતને રાજદેવ

એવા શહીદોની ભૂમિ છે અમારી દેશની માટી.

જયાં લીધો છે જન્મ નર્મદ, ઝવેરચંદ ને ગિજુભાઇ,

એવા સાહિત્યકારોની ભૂમિ છે અમારી દેશની માટી.

કરું છું હું ગૌરવ મારા ભારતીય હોવા પર,

એવી મા ભારતી છે અમારી દેશની માટી...

થઇ ગઇ હું મૌન

પિતાના કાળજાનો કટકો

સાસરે શોધું હું રોટલીનો બટકો

નાની અમથી ઠેસે લેતી આખુંય ઘર માથે,

આજ ઉઝરડાનો છે ઢગલો

પણ ...

થઇ ગઇ હું મૌન

લગ્નની બેડીમાં બંધાઈ ગયા સંબંધ,

પગની પાયલે બાંધી મારી ઉડાન,

અગ્નિમાં હોમાયા તમામ અરમાન,

ક્યાં જાઉં? કોને કહું?

એમ જ વિચારી થઇ ગઇ હું મૌન.

બોલવું તો ઘણું છે પણ,

નડે માવતરની મર્યાદા અને સંસ્કાર, બોલીને બગાડવું એના

કરતાં ચુપ રહેવું સારું,

એમ જ માનીને થઈ ગઈ હું મૌન.

સાત ફેરા લીધાનો થયો છે ખેદ,

દીકરી-વહુમાં કેમ છે આટલો ભેદ,

મારા જીવતરનો ઉડી ગયો છે છેદ,

કોણ સમજશે આ વેદનાના વેદ,

કદાચ એટલે જ થઈ ગઈ હું મૌન.

જે ન સમજ્યાં મારા મોલ,

તે કેમ સમજે મારા બોલ,

એમ જ સમજી થઈ ગઈ હું મૌન...

ભાઇ હવે તો ગયું

રઝળી ગઇ છે રિવાજની રંગત

આવી બુઝે સિસ્ટમને ગઇ હવે પંગત

ભેળા બેસી ખાતા જે શકનના ઘી ચોખા

ભાઇ હવે તો થઇ ગયા છે બધાં નોખા

વાવ ગઇ, કુવા ગયા ને ગયા હવે બેડા

ભાઇ હવે તો ના રહી પનઘટ ના કોઇ કેડા

ઘેર ઘેર આવી ગયા છે પાણીના છેડા.

લાજ ગઇ ને લક્ષ્મી પહેરતી નથી હવે સાડી

ને જાતી નથી હવે એ તો વાડી

ભાઇ હવે તો એ જ દીકરાની દુઃખતી નાડી.

તાર ગયા ને ગઇ હવે ટપાલ

આ તો આવી મોબાઇલની કમાલ

ભાઇ હવે તો કોઇ કરતું ય નથી સલામ

નાના કે મોટા સૌની વાતનો આ એક જ ટોન

હું ભલો ને ભલો મારો ફોન

ભાંગ્યા મા ના ઓટલા ને

હવે દીકરો ટપાલમાં મોકલે છે રોટલા

ભાઈ હવે તો શરમ શબ્દ લાગે છે ખોખલા

નોરતાંની અરજ

આવ્યા રુડાં ચૈત્રી નોરતા,

પૂરાં કરો માડી ઓરતા

ઉપવાસ કરું ને ધરાવું પ્રસાદ,

ભક્તિની શક્તિ કરે તને સાદ

વર્ષો ના વર્ષ ગયા વિતી

માડી માંગુ તારી પાસ,

મારી પૂરી કરજો આશ

ખોળાનો ખૂંદનાર એક દેજો મારો લાલ

વાંઝિયાના મેણા લાગે છે માઠા,

માડી હવે તો પૂરી કર મારી હઠ

પથ્થર એટલા પૂજયા દેવ,

માની મેં તો અગણિત માનતા,

બહું થયું માડી હવે તું જ દે સાંત્વના

સાસરીયે થઇ હું હાંસિયો,
ખોયા में માન,
તારો જ એક આધાર દે સંતાન

સુની છે મારી કૂખ,
બાળક આપી દે ભરપૂર સુખ

તારા વિના નોંધારી,
દે તારી હાજરીનું પ્રમાણ

ભક્તિ ના રંગ માં ભૂલી હું તો ભાન
માડી બસ એક જ દે સંતાન

સાંભરે

તારા નામની મેહંદી ને,

તારા નામનું સિંદૂર

સજી સોળ શણગાર ચાલી પિયુ ઘેર

હસતી રેહતી સદાય

તારા નામની ચૂડી એ બાંધ્યું મારું સ્મિત

કરું હવે હું શું

પપ્પાને પલકારે ઉછરી

પાંપણે ખરે મોતી ને સાંભરે મારા પપ્પા

ઊંચા મારા સપનાને શોખ

સાસરીયે સપનાને લાગી બેડી

મમ્મીના લાડનું લંગર

પાંપણે ખરે મોતી ને મમ્મી સાંભરે

આમ કરીશ તેમ કરીશ

મારા મોજ શોખ ને રોજ રોજ મારતી હું થઈ ગઈ

ભાઈ ની લાડકી હું ઢીંગલી

પાંપણે ખરે મોતી ને મારો ભયલું સાંભરે

ક્યાં ગયું મારું અસ્તિત્વ?

ઊંચે ઉડવું હતું આકાશમાં,
 લગ્નની બેડીમાં કેવા ઝકડાઈ ગયા પગ,
 ક્યાં ગયું મારું અસ્તિત્વ?

સતત હસતીને હસાવતી અવિરત,
સાસરીયે ખોવાયું મારું સ્મિત,
 ક્યાં ગયું મારું અસ્તિત્વ?

જવાબદારીની જંજાળમાં ઉડી મારી નીંદર,
સૂરજના તડકે જાગતી હું એ મારી ખોવાઇ છે ઊંઘ,
 ક્યાં ગયું મારું અસ્તિત્વ?

પિયરમાં પાંપણના પલકારે ઉછરી,
સાસરીયે ખોવાઈ ગયા લાડ,
 ક્યાં ગયું મારું અસ્તિત્વ?

લાડની પેટીને લાગ્યો કા,

શાંત પડી આ હિંડોળા ખાટ,

અટકી મારી કલમની રફ્તાર

ક્યાં ગયું મારું અસ્તિત્વ?

કન્યા વિદાય

પાંપણને પલકારે રેહતી,

ક્યારે આટલી મોટી થઈ ખબર ન રહી,

આવી ગઈ કન્યા વિદાય

ઢીંગલી ઢીંગલી રમતી,

હું પપ્પાની ઢીંગલી ઘરચોળું પેહરી ચાલી

પપ્પાની પ્રીતને પાલવડે બાંધી,

મમ્મીની મમતાને ગળે લગાડી,

ભાઈને તેની મસ્તીને અહીં જ છોડી,

ચાલી બહુ દૂર હવે

પપ્પા દવા લેજો ટાઈમે ને

મમ્મી થોડો કરજો આરામ

મારી થાળીને ઓશીકું તને સોંપ્યાં મારા ભાઈ

હેતની હેલી છોડી

ચાલી બહુ દૂર હવે

મારા પપ્પા

ન જુએ તડકો કે છાંયડો,

કે ન જુએ દિન- રાત,

અવિરત કરતાં રહેતા કામ,

એ તો મારા વ્હાલા પપ્પા

પૂરા કરે તમામ લાડ કોડ,

મૂકું જેનાં પર આંગળી તે બધું મારું,

કદી ન કહે આ તો છે મોંઘુ,

એ તો હેતની હેલી મારા પપ્પા

માથે મૂકે ખાલી હાથ,

તો ય ટેન્શન થઇ જતું ખલ્લાસ,

બાપ મારો બેઠો છે બધું ય થઇ પડશે,

એ દિલાસો છે મારા પપ્પા

પાંપણના પડછાયે રાખે જે,

વરસાવે વ્હાલ અનરાધાર,

જેની તોલે ન આવે કોઈ વ્હાલ,

એ તો બસ મારા પપ્પા, પપ્પા, પપ્પા.

અભડાવ કેમ આમ?

તમારું લોહી લાલ ને મારું પીળું

એવું તો નથી કંઈ

તો ય તમે અભડાવ કેમ આમ?

તમે કરો નોકરી ને હું ય કરું એ જ નોકરી

જુદું તો નથી કંઈ

તો ય અભડાવ કેમ આમ?

તમે માણસ ને હું ય માણસ

એક જ ઈશ્વર ના સૌ સંતાન

નોખું તો નથી કંઈ

તો ય અભડાવ કેમ આમ?

દલિતોને ખોલી આપ્યા શિક્ષણને આરક્ષણના દ્વાર

સ્ત્રીઓને અપાવ્યા જેમણે સમાનતાના હક

જેણે લખ્યું આખું ય બંધારણ

તો ય તેનાથી ય અભડાવ કેમ આમ?

જેના નામનો વાગે ડંકો દેશ વિદેશ

તેવા બાબાસાહેબને શત શત વંદન

જેના નામનો વાગે ડંકો દેશ વિદેશ

તેવા બાબાસાહેબને શત શત વંદન

ઘાત

વારે ઘડીએ શાને આવું થાય છે?

ઉના હોય કે ચુડા એકની એક જ વાત છે,

દલિતો માથે જ અત્યાચારની કેમ ઘાત છે?

તમને મળે છે જરને જમીનનો વારસો, વર્ષોથી અમને વારસામાં

મળી આભડછેટની સૌગાત છે,

દલિતોની માથે જ અત્યાચારની કેમ ઘાત છે?

તમને દેખાય છે કેવળ આરક્ષણના લાભ,

છુપાય એમાં કંઈ કેટલી લાત છે,

દલિતોની માથે જ અત્યાચારની કેમ ઘાત છે?

સરકારી ચોપડે ગુના દબાયા છે લાખ,

મળશે ક્યારે ન્યાય પૂછે છે મૃતકોની રાખ,

છાપરે ચડતી ન્યાય માટે ભટકતી આ જાત છે,

દલિતોની માથે જ અત્યાચારની કેમ ઘાત છે?

લોહી તો સૌના લાલ છે તોય કેમ માનથી બાકાત છે,

ધારિયા લઈ બતાવે છે ઔકાત,

ભૂલી ગયા બાબા સાહેબ અમારી તાકાત છે,

'દીપ' બુઝાતો ચાલ્યો આ કેવો કારમો આઘાત છે,

દલિતોની માથે જ અત્યાચારને કેમ ઘાત છે?

વહુની વેદના

પુત્રથી વધુ રાખે ધ્યાન તે પુત્રવધુ,

પણ પુત્રવધુનું રાખે છે કોઈ ધ્યાન?

સવારની ચા હોય કે રાતની પથારી,

કોઈની ય સેવામાં ન કરે એ પાછી પાની,

પણ એની રડતી આંખોને કોણ રાખે છાની?

દીકરી પેહરે જીન્સ તો મોર્ડનને વેસ્ટર્ન,

પણ જો પેહરે પુત્રવધુ તો વિસ્મયની પેટર્ન

જમાઈ જો સમારે શાક તો મદદગાર,

ને જો પુત્ર ભરે ખાલી પાણી તો ય વહુઘેલો,

મારે મન તો વિસ્મયનો વેલો

દીકરીને રાખે છે સાસુથી જુદી,

ને વહુને નથી કરવી જુદી

દીકરી પાસ નથી કરાવવું કોઈ જ કામ,

પણ વહુને કરવા નથી દેવો જરાય આરામ

વહુને મારે એ તો વાંઝણીના મેણા,

ભૂલી જાય પોતાના પુત્રના વાંક ભેળાં

દીકરીને આપે એ તો પૈસાને મેવા,

ને વહુને ભાગે આવે ખાલી સાસુની સેવા.

કેમ છે આટલો ભેદ?

પુરુષોને ઉડવા આપી પાંખ,

સ્ત્રી ઉડી જરા તો સમાજે દેખાડી આંખ,

સ્ત્રીને પુરુષમાં કેમ છે આટલો ભેદ?

દીકરીને ફરવા આપે છે મોકળું મેદાન,

ને વહુને રાખે છે રસોડામાં કેદ,

દીકરીને વહુમાં કેમ છે આટલો ભેદ?

પિતા, પતિ કે હોય પુત્ર

તેના સપના પૂરા કરવા તે કરે છે હોડ,

ભૂલી જાય પોતાનું અસ્તિત્વ અને પોતાના કોડ,

સ્ત્રીને પુરુષમાં કેમ છે આટલો ભેદ?

તમારા મકાનને બનાવે એ ઘર,

સહી લે સઘળા દુઃખ, આપે નિરાંતની સેજ,

આટ આટલું કરવા છતાં તેના ઓશીકે છે ભેજ,

સ્ત્રીને પુરુષમાં કેમ છે આટલો ભેદ?

સીતામા ને આપવી પડી છે અગ્નિ પરીક્ષા

એવી છે શંકા,

શંકામાં સળગી કેટલીય સ્ત્રી,

ન સળગી પુરુષોની લંકા,

સ્ત્રીને પુરુષમાં કેમ છે આટલો ભેદ?

માતા, પત્ની કે પુત્રવધુ

તેના વિના અધુરી છે સંસાર નાવ,

તોય ગણે છે સ્ત્રીને ક્ષુલ્લક સાવ,

સ્ત્રીને પુરુષમાં કેમ છે આટલો ભેદ?

માને પિતા, પતિ કે પુત્ર રૂપે પુરુષોની આજ્ઞા,

તોય કહે છે નથી સ્ત્રીને પ્રજ્ઞા,

સ્ત્રીને પુરુષમાં કેમ છે આટલો ભેદ?

હાલરડું

નીંદર લઈને આવો

મમ્મીજીના મેણા સતાવે,

મમ્મીનો ખોળો યાદ આવે,

અચરજ થાય એવું બેય માં ફેર કેમ આટલો?

મમ્મી તારી ઢીંગલીને નીંદરુ ના આવે,

સુવડાવવા મમ્મી આવ,

માથે મમતાનો હાથ ફેરવ,

પળેપળ ઝંખું તને મારી ઓ માવડી,

નીંદર લઈને આવ મારી તું માવડી,

હાલા હાલા હાલા હાલા (૨)

મૂકું જ્યાં હાથ તે લઈ આપે મારા પપ્પા,

માંગુ જો હવે કંઈ,"બંધ કરો ખોટા ખર્ચા"

એવું બોલે પપ્પાજી,

અચરજ થાય એવું બેય પપ્પા માં ફેર કેમ આટલો?

પપ્પા તમારી ઢીંગલીને ઊંઘડી ના આવે,

પોઢાડવા પપ્પા આવો, મોંઘામૂલાં પપ્પા આવો,

પળે પળ વહાલ ઝંખે તમારી આ ઢીંગલી,

ઉંઘડી લઈને આવો વ્હાલા મારા પપ્પા,

હાલા હાલા હાલા હાલા (૨)

સાસરે દિવસ પણ લાગે મને વરસ,

લાગી છે મને હવે પિયરની તરસ,

એકવાર આવ ભઈલા દિવસ લાગે વરસ,

વીરા મારી નીંદરું બોલાવે આવ મારા વીરા,

નીંદરું લઈને આવો વ્હાલા મારા વીરા

હાલા હાલા હાલા હાલા (૨)

ખોળાનો ખૂંદનાર

પિયર છોડી આવી સાસરે,

પિતા છોડી આવી પતિના આશરે

કેટલો કર્યો મેં પ્રેમ,

તોય શમ્યો નહીં વ્હેમ

છોડ્યા મેં તો મારા કોડ,

વાવીને લાગણીનો છોડ

લાંબી મારી જિભને કેટલી ફેરવું કાતર,

ખાતરીનું નાખ્યું મેં તો ખાતર

દીકરી મટી બની હું વહુ,

એનાથી બોલાય નહીં બહુ

મારી લાગણીમાં ક્યાં રહી ગઈ ભૂલ,

કે ઉગતું નથી ખાલી એક ફૂલ

વાંઝણીના મેણા લાગ્યા મને,

દૂર થઇ ગયા બધાં જે હતા કને

કેટલા ચડી હું મંદિરના ઓટલા,

ચોરે બેઠી વાતો કર્યા કરે ચાર મળી ચોટલા

તૂટ્યાં મારા સપનાને શોખ,

મૂંગા મોઢે રડું ક્યાં મુકું હું પોક?

રમકડાના ઢગલામાં રમાડનાર છે બાપ,

બસ એક જ ખોળાનો ખૂંદનાર આપ

આઘાત

બહાર બેઠું ચોમાસું,

ને આંખે બેઠું આંસુ

વરસતા વરસાદે આપ્યો તે કેવો સાદ,

ભૂલી ભાન છોડી આવી બધું જાતને આપી દાદ

વરસતા વરસાદમાં તારા પ્રેમમાં ભાગી,

આજે સાંભરે મા ને બાપ કેવી હું અભાગી

મૃગજળ પાછળ મૂકી ઘેલી દોટ,

તૂટ્યાં સપનાને શોખ હવે ક્યાં જઈ મૂકું પોક

કેટલો કર્યો તને પ્રેમ માંગ્યો માત્ર તારો સાથ,

તોય છોડ્યો નહિ વ્હેમને ઉગામતો રોજ હાથ

વરસાદમાં છુપાયા આંસુને વાદળમાં છુપાઈ આશ,

પોતાનાને છોડી આવી પારકા પાસ

લાગ્યો કેવો ઊંડો આઘાત,

રોજ રોજ મરતી, કરી બેઠી આ જ આપઘાત

માતૃભાષા મારી

પટપટ બોલું હું અંગ્રેજી ફાંકડું,

તો ય લાગણીની વાતમાં લાગે સાંકડું

બોલું હું ખાલી અંકલ,

ને આવે કાકા, મામાને ફુવા સઘળાં

ગૌરવ કરું હું સદાય,

આખરે હું એક ગુજરાતી

અખો,નરસિંહને ગાંધી,

અવતર્યા અહીં મોદી આજ

ખારું લાગે લૂણ તો ય કહે એને મીઠું,

જવાનું છે તો ય કહે છે આવજો

ધન્ય છે આ ગુર્જર ધરા,

ધન્ય છે માતૃભાષા મારી,

ધન્ય ધન્ય આ ગુજરાતી

ધન્ય છે આ ગુર્જર ધરા,

ધન્ય છે માતૃભાષા મારી,

ધન્ય ધન્ય આ ગુજરાતી

નારીની વેદના

આજની છું હું નારી,

કદી ના ક્યાંય હારનારી

કર્યા મેં પાર તમામ ક્ષેત્રો,

તોય મારા સજળ છે નેત્રો

ભાઈને છે બધી જ છૂટ,

તું તો દીકરી છૂટની મૂક માથાકૂટ

સમાજ કહેશે શું વાત,

સમજી લે તું રીતભાત

પાંખો તો આપી દીધી,

પણ...

ઊડવું કેટલું એ પણ નક્કી કરી લીધું

દીકરી ગમે,ગમે એને પત્ની,બેનને મા,

નથી બસ ગમતી સ્ત્રીની સ્વતંત્રતા

તારી સેવામાં થયાં આંખે કુંડાળાં કાળા,

તો ય કહે કરે છે તું શું?

સવારની ચા થી રાતની પથારી સાચવું,

કરે ખડે પગે સેવા,

ઘર, નોકરીને છોકરાં સાચવું બધું વિના કોઇ સ્વાર્થ

તો ય આજનો એક દિવસ માત્ર નારીનો,

નારી વગર કરજો વિચાર,

અધૂરી આખી ય દુનિયાને સંસાર

મારી મા

જ્યારે રહે કોઈ ન આરો,

ત્યારે દેખાય મા તારો જ એક આશરો

કદી ન લેતી નિરાંતનો શ્વાસ,

અવિરત કરતી રહેતી કામ વિના કોઈ સ્વાર્થ

અમારી સાચવતાં સગવડ,

જેણે કદી ન ગણી પોતાની અગવડ

મા તારા અણમોલ મોલ,

સમજાય છે આજ જ્યારે બની હું દીકરી મટી મા

કેટલું અધૂરું છે પોતાના મારી શોખ,

સંતાનનાં પૂરાં કરવા તમામ અરમાનને કોડ

બાપની પડવા દીધી ન કદી ખોટ,

મા તારો જડે ન કોઈ તોલ

સાતેય ભવ ચૂકવું જો તારું ઋણ,

તો ય અધૂરું જ રહે એટલું તારું ઋણ

એક જ અરજ મારી,

ભવોભવ મને મળજો આ જ માવડી મારી

મોંઘવારી

મોંઘવારી એ કેવી મૂકી છે માઝા,

વધ્યા છે આના ભાવ

એ જ રહે છે સમાચાર તાજા

ખેડૂતે વાવ્યા છે દીકરીના લગ્ન

પણ ...

આ મોંઘવારીને વરસાદે ઓઢાડ્યું કફન

જુવાન દીકરાને આંબી ગયું મોત,

દવાની મોંઘવારીએ ઘડપણનો સહારો ગયો કમોત

સવારના નીકળી રાતે આવે ઘરે ભેગા

કરવા બે છેડા,

તો ય એક સાંધોને તેર તૂટે એ જ કેડા

મોંઘવારીએ મુકાવ્યા મોજ -શોખને કોડ,

રાત-દિવસ પૈસા કમાવાની લાગી છે હોડ

મારા સપનાને ભલે લાગ્યો કાટ,

પણ સંતાનને આપવા છે તમામ લાડ

મોંઘી દવા ને ફી, મોંઘુ કરિયાણું ને શાકભાજી,

કોનું શોધુ શરણ?

મોંઘું થયું પેટ્રોલ અને મોંઘા થયા જનમ-મરણ

મારી નાખે એવી મોંઘવારી કેમ નકારું?

કયા ખર્ચ પર મૂકું કાપ ને પૈસા વધારૂ?

પૈસા

પૈસાનું જ સૌ કોઈ ગાય છે ગાણું,

પૈસા વગર બધુંય નકામું એટલું હું માનું

નાનું હોય કે મોટું કરવા કોઈ પણ ટાણું,

ખિસ્સે ખાલી જરૂરી છે નાણું

ગરીબને ના ઓળખે નજીકના સગા,

તો અમીરને દૂરના સગા ય રાખે હાથ વગા

જો ખિસ્સે ખાલી થાય ચલણ,

ત્યાં બદલાય સૌની લઢણ

નાણાં વગરનો નાથ્યો,

થયો નાણે નાથાલાલ,

ફરતે લાગી તેની દોસ્તોની લંગાર

અધૂરાં મારા શોખને અરમાન હું જાણુ,

મોંઘવારીમાં કેમ બચાવું નાણું?